# Sópas ni Lola na pang Sábado

# Grandma's Saturday Soup

Written by Sally Fraser

Illustrated by Derek Brazell

Tagalog translation by Ana Taguba

MANTRA
LINGUA

Lúnes ng umaga, ginising ako ni Nánay ng maaga.
"Bumangon ka na Mimi at magdamít ka ng pang iskuwéla."
Tumayô akong nag-aantók at pagód, binuksán ko ang mga kurtína.

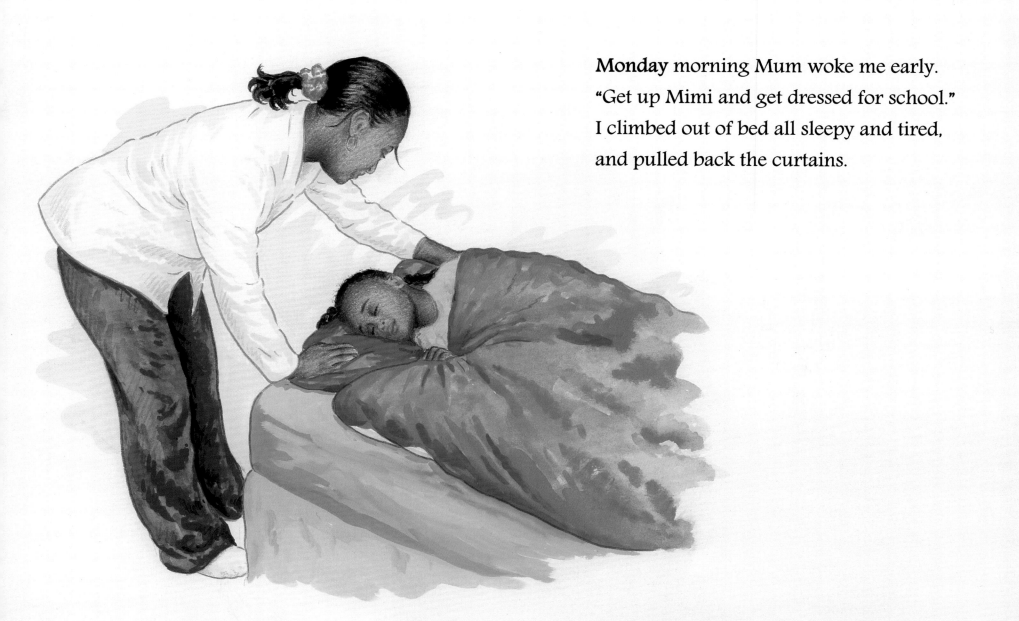

**Monday** morning Mum woke me early.
"Get up Mimi and get dressed for school."
I climbed out of bed all sleepy and tired,
and pulled back the curtains.

Noong umaga na iyón ay maúlap at malamíg.
Ang úlap sa lángit ay maputí at parang búlak.
Pinaalala ng mga ito sa akin yaóng mga binilóg
na harina sa Sópas ni Lola na pang Sábado.

The morning was cloudy and cold.

The clouds in the sky were white and fluffy.

They reminded me of the dumplings in Grandma's Saturday Soup.

*Nag-kukwento si Lola sa akin ng tungkól sa Jamaica tuwíng dumadalaw ako sa bahay niya.*

*Grandma tells me stories about Jamaica when I go to her house.*

"Ang úlap sa Jamaica ay taga-dala ng pinakamatindíng ulán.
Para bang may nagpihit ng gripo sa langit.
Hihiparin sila ng maínit na hangin at lalabas ulî ang araw."

"The clouds in Jamaica bring the heaviest rain.
It's like someone has turned the tap on in the sky.
The warm breeze moves them on and the sun comes out again."

Martés ng umaga at nilakad ako ni Tátay sa iskuwelahan.
Ang panahon ng araw na iyon ay malamíg at madupók;
umulan ng pinong yelo sa gabí.

**Tuesday** morning Dad took me to school.

The day was cold and crisp; it had snowed in the night.

Iyón ay maputî at pino, katúlad ng loób ng nahiwang kamote.
Kagaya ng kamote sa Sópas ni Lola na pang Sábado.

It's white and smooth and looked like the inside of a sliced yam.

Just like the yam in Grandma's Saturday Soup.

Sabí sa akin ni Lola, yaóng putíng mapulbós na buhangin sa dalampasigan ay katúlad ng sariwang pinong yelo ngunit hindi malamíg kahit kailanman.

Grandma tells me that the white powdery sand on the beaches looks like fresh snow but it's never cold.

Puwede kayâ akong humugis ng mamàng buhangin
kung gamitin ko itóng puting buhangin?
Hindi ba nakakatawá iyón?!

I wonder if I could make a sandman with the white sand?

Wouldn't that be funny?!

Miyérkoles, lumalâ ang buhos ng pinong yelo.
Malamíg pero maínit ang pagkabálot ko.
*Nag-kukwento si Lola sa akin ng tungkól sa
Jamaica tuwíng dumadalaw ako sa bahay niya.*

**Wednesday** the snow fell harder. It was cold but I was wrapped up warm.
*Grandma tells me stories about Jamaica when I go to her house.*

"*Palaging sumisikat ang araw. Maínit ang araw sa kutis mo at kailangan mo lang na magsuót ng korto at t-shirt.*"
Maínit araw-araw? Korto at t-shirt? Hindi ako makapaniwala.

"*The sun shines every day. The sun is warm on your skin and you only need to wear your shorts and a T-shirt.*"
Warm every day? Shorts and T-shirt? I can't believe that.

Kapag oras na ng paglalarô sa hápon,
hinuhugisan namin yaóng pinong yelo na
parang bola at ihahagis namin sa isa't isa.

At afternoon play we made snowballs
and threw them at each other.

The snowballs remind me of the round soft potatoes in Grandma's Saturday Soup.

Itong binilog na yelo ay nagpaalala sa akin sa bilóg at malambot na patátas sa Sópas ni Lola na pang Sábado.

Noong Huwébes, tumungo ako sa aklatan pagkatapos ng iskuwéla. Kasama ko si Layla, ang aking kaibigan at ang kaniyang Nánay.

On **Thursday** I went to the library after school with my friend Layla and her Mum.

Habang naglalakad kami sa tabí ng pasyalan, nakita namin na nagsisimula na ang pag-usbong ng mga sinibuyas. Yaóng mga berdeng supling ay nagsulutan sa pinong yelo. Ang mga ito ay katulad ng berdeng sibuyas sa Sópas ni Lola na pang Sábado.

As we passed the park we saw the little bulbs starting to grow. The little green shoots poked through the snow. They looked like the spring onions in Grandma's Saturday Soup.

Grandma tells me about the wonderful plants and flowers in Jamaica.
"In Jamaica the most beautiful flowers grow wild.
They are all different colours and sizes
and their smell fills the air."
I've never seen flowers like that before,
I wonder if she's only joking?

Sinasabí sa akin ni Lola yaóng mga magagandang halaman at bulaklák sa Jamaica.

"Sa Jamaica ang mga pinakamagandang bulaklák ay tumutubò sa gúbat. Iba't iba ang kanilang kúlay at lakí at ang kanilang bango ay pang ganap sa hangin."

Hindi pa ako nakakita ng mga bulaklák na ganoon.

Ako'y nagtataka, baka nagbibirô lang siya?

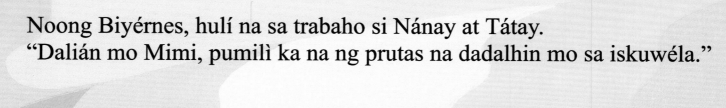

Noong Biyérnes, hulí na sa trabaho si Nánay at Tátay.
"Dalián mo Mimi, pumilì ka na ng prutas na dadalhin mo sa iskuwéla."

On **Friday** Mum and Dad are late for work.
"Hurry Mimi, choose a piece of fruit to take to school."

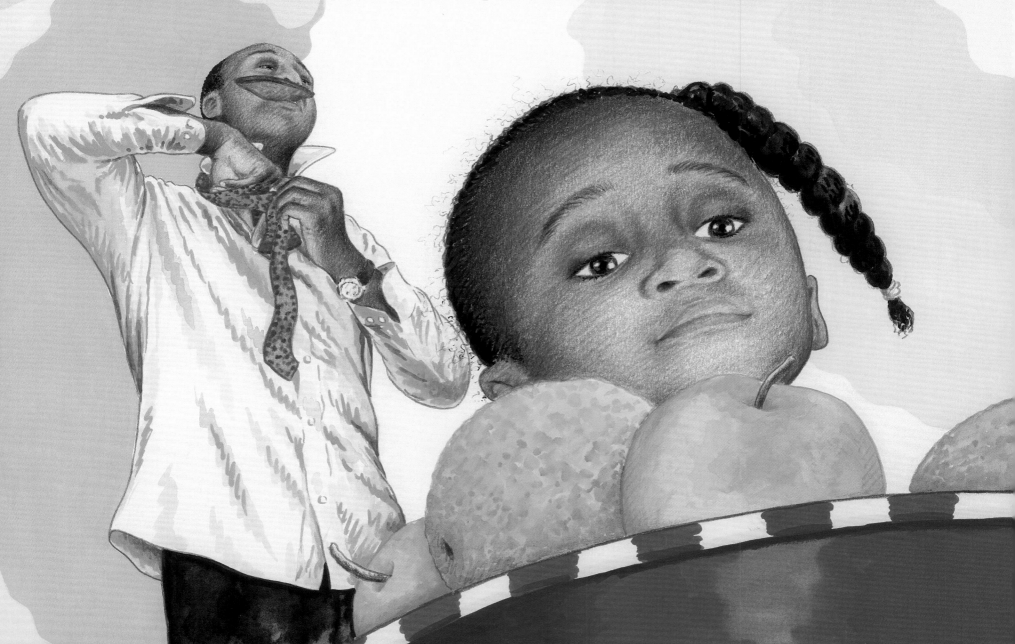

Tumingin ako sa mangkók na punô ng prutas.
Piliín ko kayâ ang dalandán, ang mansanas o ang peras?
Ang mansanas at peras; ang kanilang kúlay at húgis ay nagpaalala
sa akin ng cho-cho sa Sópas ni Lola na pang Sábado.

I looked at the bowl full of fruit.

Should I choose an orange, an apple or a pear?

The apple and pear; their colour and shape remind me

of the cho-cho in Grandma's Saturday Soup.

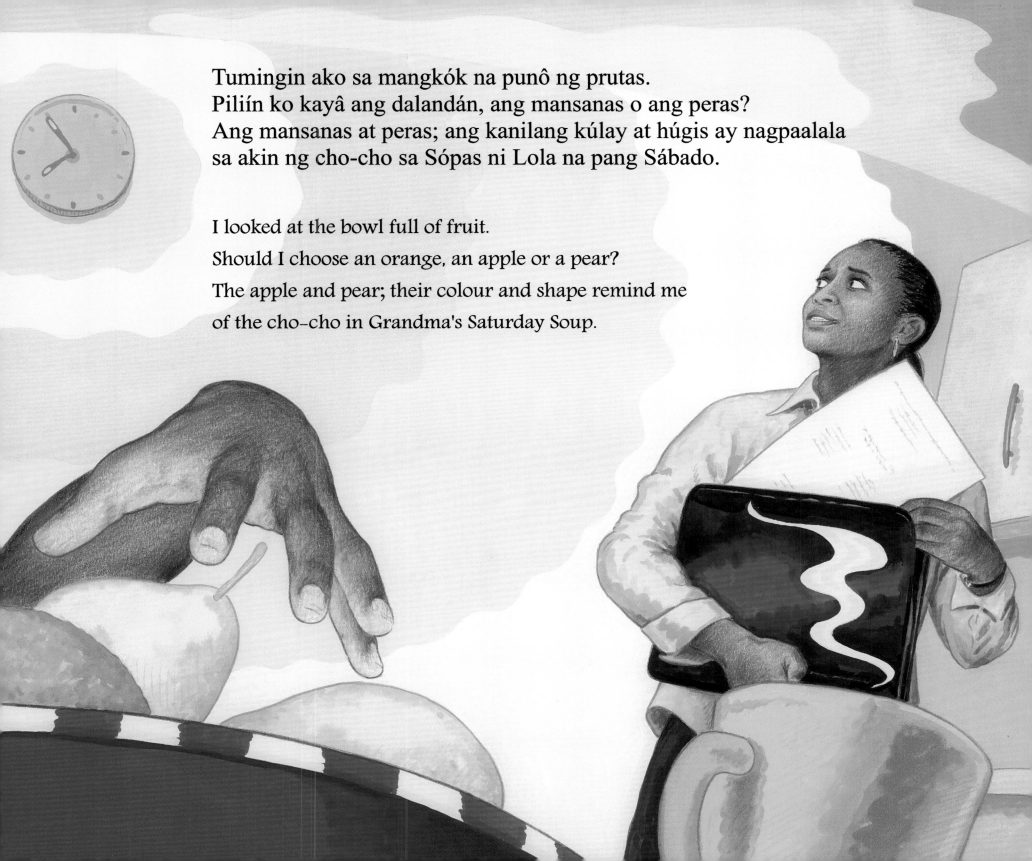

Sinasabí sa akin ni Lola yaóng mga prutas sa Jamaica.
"Sa Jamaica puwede kang maglakad sa iskuwéla at mamitás ng isang prutas sa punò, hinóg na manggá, makatás at matamís."

Grandma tells me about the fruits in Jamaica.

"In Jamaica you can walk to school and pick a piece of fruit

from a tree, a ripe mango all juicy and sweet."

Pagkatapos ng iskuwéla, para ipagdíwang ang mahusay kong pag-aáral,
nilabás ako ni Nánay at Tátay sa sine.
Pagdatíng namin doon, sumisikat ang araw ngunit malamíg pa rin.
Sa palagay ko, paratíng na ang tagsibol.

After school, as a treat for good marks, Mum and Dad took me to the cinema.

When we got there the sun was shining, but it was still cold.

I think springtime is coming.

Ang galíng ng pelikula at paglabás namin, palubóg na ang araw sa buong bayan.
Habang lumulubóg, ito ay malakí at kúlay kahél halos katúlad ng kalabasa sa
Sópas ni Lola na pang Sábado.

The film was great and when we came out the sun was setting over the town.
As it set it was big and orange just like the pumpkin in Grandma's Saturday Soup.

Sinasabí sa akin ni Lola ang pagsikat at paglubóg ng araw sa Jamaica.
"Ang araw ay sumisikat ng maaga at nagpapagaán ng karamdaman
at upang maari mong harapín ang iyong araw."

Grandma tells me about the sunrise and sunsets in Jamaica.
"The sun rises early and makes you feel good and ready for your day."

*"Kapag ito ay lumulubóg at ang buwán ay palabás,
ang buwán ay susundan ng milyong bituín katúlad ng mga
diamenteng kumikisláp sa lángit ng gabí."*
Milyong bituín, hindi ako makaguniguní ng ganoong karami.

*"When it sets and the moon comes out she is followed by a million stars
that look like diamonds twinkling in the night sky."*
A million stars, I can't even imagine that many.

Sábado ng umaga pumunta ako sa aking sayawan na klase.
Ang musika ay mabagal at malungkót.

Saturday morning I went to my dance class. The music was slow and sad.

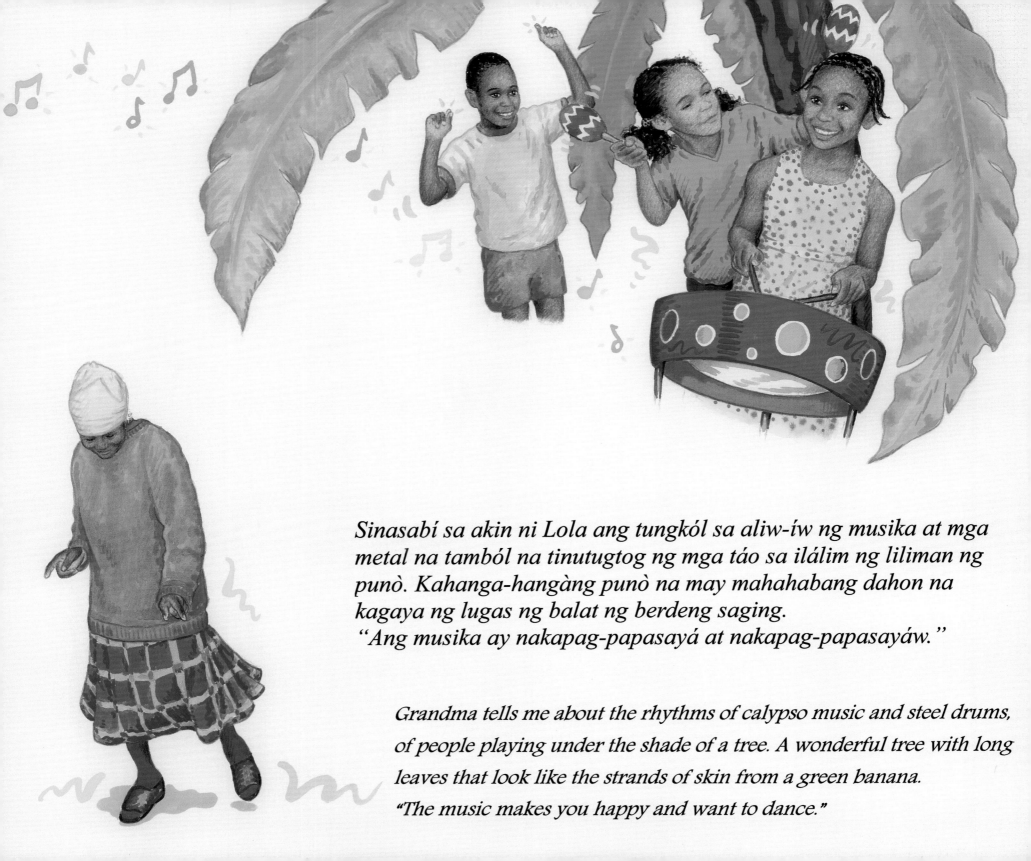

Sinasabí sa akin ni Lola ang tungkól sa aliw-íw ng musika at mga metal na tamból na tinutugtog ng mga táo sa ilálim ng liliman ng punò. Kahanga-hangàng punò na may mahahabang dahon na kagaya ng lugas ng balat ng berdeng saging.
*"Ang musika ay nakapag-papasayá at nakapag-papasayáw."*

Grandma tells me about the rhythms of calypso music and steel drums, of people playing under the shade of a tree. A wonderful tree with long leaves that look like the strands of skin from a green banana.
*"The music makes you happy and want to dance."*

Sinundó ako ni Nánay pagkatapos ng iskuwelahan. Sumakay kami sa kotse. Pumababá kami sa kalsáda at nilampasán namin ang aking iskuwela. Kumaliwá kami sa pasyalan at nilampasán ang aklatan. Dumaán din kami sa bayan, hayán na ang sine at hindi na masyadong malayò.

Mum picked me up after class. We went by car.
We drove down the road and past my school. We turned left at the park and on past the library. Through the town, there's the cinema and not much further now.

Ginugutom ako. Gutóm na gutóm.
Sa wakás nakarating na kami sa bahay ni Lola.

I was hungry. Really hungry. At last we arrived at Grandma's.

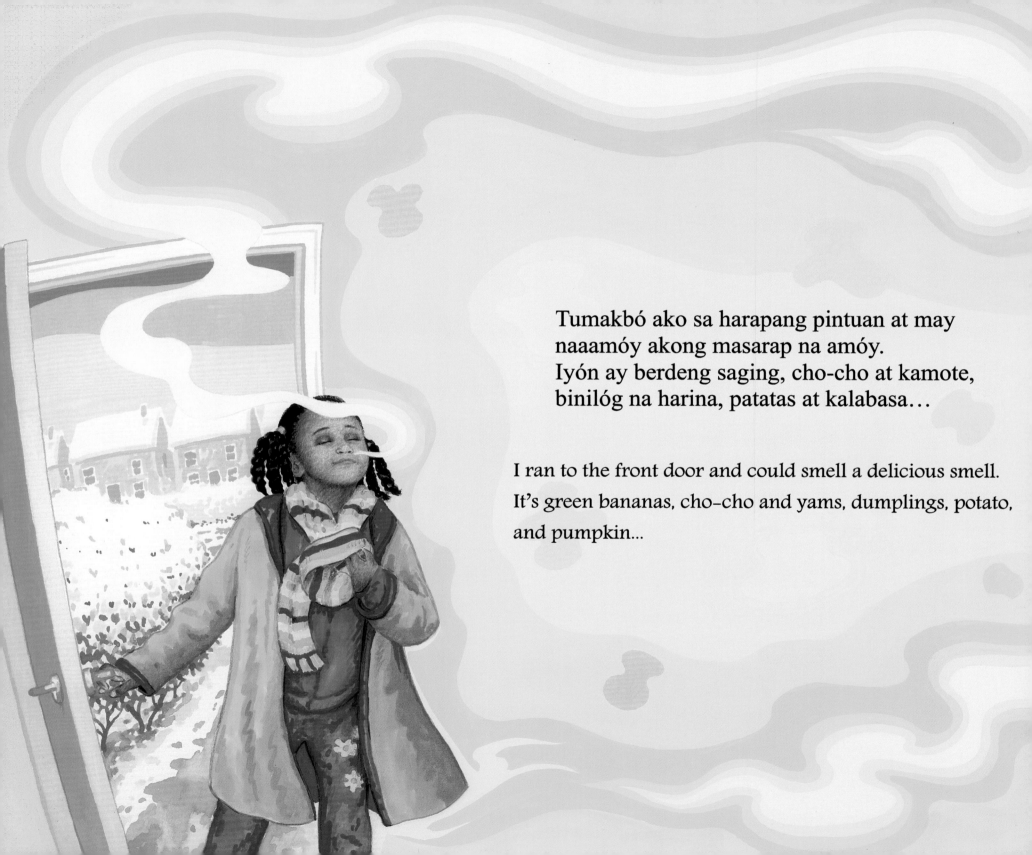

Tumakbó ako sa harapang pintuan at may
naaamóy akong masarap na amóy.
Iyón ay berdeng saging, cho-cho at kamote,
biniló̱g na harina, patatas at kalabasa…

I ran to the front door and could smell a delicious smell.
It's green bananas, cho-cho and yams, dumplings, potato,
and pumpkin…

berdeng sibuyas, manók, kapiranggot na panlasang
búkid ni Lola at maraming sabáw ng manók.
Iyón ay Sópas ni Lola na pang Sábado!

spring onions, chicken, a good pinch of Grandma's
country seasoning and a lot of chicken stock.
It's Grandma's Saturday Soup!

Noong Linggó, kinumbida namin ang aming mga kaibigan na mag hapúnan sa bahay. Magalíng na maglutò si Nánay at Tátay, mainam ang kanilang pagkain, pero ang aking paboritong pagkain sa buong mundó ay ang Sópas ni Lola na pang Sábado.

On **Sunday** we had friends at our house for dinner.

Mum and Dad are good cooks, their food is nice but my favourite

food in the whole wide world is **Grandma's Saturday Soup**.